CODE BẢN THỂ-
MÃ SỐNG CỦA ÁNH SÁNG
Hồ Quang Bình
(The Peace Scholar)

CODE BẢN THỂ
MÃ SỐNG CỦA ÁNH SÁNG

Tác Giả: **Hồ Quang Bình**

(The Peace Scholar)

Một công trình tri thức hiện chứng – 121 ngày hành công nội chứng

LỜI MỞ ĐẦU – SỰ RA ĐỜI CỦA CODE BẢN THỂ

Tôi không bắt đầu hành trình này như một nhà nghiên cứu,

mà như một người đi tìm hơi thở của chính mình.

Cơ thể tôi từng cạn kiệt – đau lưng, mất ngủ, trí nhớ rối loạn,

tưởng như Khí Gốc trong tôi đã tắt.

Sau ca phẫu thuật năm 2021, tôi mang trong lưng vài con ốc kim loại,

như những chiếc đinh ghim cố định một đoạn đời gãy.

Tôi đã từng nghĩ mình sẽ sống phần còn lại trong giới hạn của thân thể,

cho đến khi một buổi sáng, tôi chỉ đứng – không tập, không cố gắng.

Tôi đứng như một trụ đá, thở như không thở,

và lắng nghe sự im lặng trong từng khớp xương.

Rồi từ nơi yên ấy,

một luồng ấm nhẹ khởi lên từ sống lưng,
lan dọc tủy,
như mạch điện sinh học đang tự nối lại.

Tôi không còn luyện gì nữa,
vì hiểu rằng năng lượng không đến từ luyện,
mà đến từ buông đúng.

Từ ngày đó,
tôi đứng mỗi ngày.
Không vì ý chí, không vì mục tiêu,
mà chỉ để trở về với dòng sống đang thở trong mình.

Khi hơi thở tự điều hòa,
Khí trở về Tủy,
Tủy sinh Minh,
và ánh sáng trong não như được thắp lại.

Thân dựng mà không gồng.
Tâm sáng mà không tìm.

Trí an mà không cố hiểu.

Và trong khoảnh khắc ấy,
tôi biết:
Sự Sống đã tự trở lại.

Không đến từ tôn giáo mà từ tri thức hiện chứng

Code Bản Thể không phải là một tôn giáo,
không có giáo điều, không có lễ nghi,
không đòi niềm tin chỉ cần sự thấy trực tiếp.

Nhiều người luyện khí để tìm năng lượng.
Nhưng khi tôi buông hết cách luyện,
Khí tự vận hành theo trật tự vốn có của nó.

Khi thân dừng, hơi thở thật xuất hiện.
Khi hơi thở thật, khí trở về tủy
Khi khí quy tủy, tủy sinh minh

Không còn ai "làm",

chỉ có Sự Sống đang tự vận hành.

Tri thức của Code Bản Thể không được học từ sách,

mà sinh ra trong từng hơi thở.

Được kiểm chứng bằng sự thay đổi trong thần kinh,
nhịp tim, và sự an tĩnh của tâm.

Khi tim và não đồng nhịp,

người không cần tin

vì đang thấy.

"Đạo không ở trong chùa,

mà trong cột sống của chính ta."

Sự ra đời của Code Bản Thể

Sau 121 ngày hành công liên tục,

tôi nhận ra:

mọi "bài tập" đã tan biến.

Chỉ còn lại một dòng vận hành vô danh:

Khí- tủy- tâm - trí hợp nhất.

Khi ấy, từng tế bào như có trí nhớ riêng,

nhớ cách vận hành ban sơ của sự sống.

Tôi không viết bằng trí nhớ,

mà để thân thể tự ghi lại những gì đã thấy.

Từ đó, tôi bắt đầu gọi tên hành trình này:

Code Bản Thể – Mã Sống của Ánh Sáng.

Code Bản Thể không dạy con người thay đổi,

mà giúp họ nhớ lại cấu trúc thật của mình:

Thân là trụ sống,

Khí là năng lượng gốc,

Tâm là ánh sáng điều hòa,

Trí là tri thức hiện chứng.

Khi thân trụ vững,

tâm sáng,

trí an,

thì Đạo tự hiển

không cần tìm.

Kể từ đó, tôi biết mình không còn là người “thực hành” nữa.

Tôi chỉ là dòng sống đang vận hành.

Và trong mỗi ngày,

tôi vẫn đứng, vẫn thở, vẫn viết,

như cách Sự Sống đang tiếp tục nói qua thân này.

Kết phần mở đầu

Code Bản Thể không phải một phương pháp.

Nó là một ký ức - ký ức của năng lượng gốc trong mỗi người.

Khi ta quay về hơi thở thật,

Khí Gốc được khơi dậy,

Tủy sáng trở lại,

và tâm trí trở nên trong suốt.

Không cần cố gắng,

không cần hiểu,

chỉ cần buông đúng

và để Sự Sống tự nhớ lại chính mình.

Khi Gốc không còn là khái niệm,

mà là sự sống đang tự chứng.

CHƯƠNG I

CỘI NGUỒN KHÍ GỐC

Có một loại năng lượng mà khoa học chưa đặt tên trọn vẹn,

nhưng người xưa đã gọi là Khí Gốc.

Đó không phải là hơi thở ta hít vào hay thở ra,

mà là nền tảng vô hình khiến hơi thở trở nên có nghĩa.

Khi đứa trẻ cất tiếng khóc đầu tiên,

đó không chỉ là phổi mở,

mà là Khí Gốc được đánh thức

sự sống bắt đầu vận hành.

Khí Gốc – Mạch sống của sự tồn tại

Khí thở chỉ là dòng không khí ra vào phổi.

Còn Khí Gốc là luồng sinh lực thấm vào từng tế bào,

điều hòa nhịp tim, dòng máu, thần kinh, và ý thức.

Người chưa chạm được Khí Gốc

sống bằng phản ứng và ý chí.

Người nhận ra Khí Gốc

sống bằng sự tự nhiên và buông đúng.

Khi Khí Gốc yếu, thân dễ mệt, tâm dễ loạn, trí dễ mờ.

Khi Khí Gốc mạnh, thân vững -tâm sáng -trí minh.

Khí Quy Tủy – Tủy Sinh Minh

Trong cơ thể, tủy sống là trụ trung tâm của sinh lực.

Khi Khí Gốc được khơi dậy,

nó dồn xuống đan điền nơi gốc thân,

rồi theo trục sống lưng đi lên não nơi thần cư ngụ.

Người xưa gọi đó là:

"Khí quy tủy - tủy sinh minh – minh hóa tĩnh."

Tủy được nuôi bởi Khí Gốc,

thần kinh được tái lập cân bằng,

não chuyển từ chế độ phản ứng sang chế độ nhận biết.

Đây là cánh cửa giữa sinh học và giác ngộ,

nơi thân và tâm thôi tách biệt

Khi Khí nhớ lại chính mình

Code Bản Thể không dạy người tập khí,

mà giúp người nhớ lại cách sống mà Khí tự vận hành.

Khi thân đúng -khí tự lưu.

Khi tâm an – khí tự quy.

Khi trí sáng – khí tự hóa.

Không cần ép,

chỉ cần dừng.

Không cần làm,

chỉ cần lắng.

Khi sự sống được trả lại tự nhiên,

Khí Gốc tự vận hành như nhịp vũ trụ

không lệch, không dừng, không thiếu, không thừa.

Khí Gốc – Ngôn ngữ đầu tiên của Sự Sống

Khí Gốc không nói bằng lời,
nhưng là thứ mà mọi sự sống đều hiểu.

Nó hiện diện trong nhịp tim,
trong sự rung nhẹ của tế bào,
trong ánh sáng vi tế mà thân thể phát ra khi an.

Khi ta trở về hơi thở thật,
Khí Gốc khẽ đáp lại.
Không bằng tiếng,
mà bằng một sự yên sâu
sâu đến mức mọi ý nghĩ đều tan.

Kết chương I

Cội nguồn của mọi sự sống

Khí Gốc không thuộc về tôn giáo,
cũng không thuộc về khoa học,
mà thuộc về trải nghiệm sống thật.

Khi Khí được khơi,
thân được nuôi,
tâm được sáng,
trí được khai.

Và trong khoảnh khắc ấy,
ta không còn là người quan sát sự sống,
mà là chính Sự Sống đang tự nhận ra mình.

> "Khi khí quy tủy- tủy sinh minh.
> Khi minh hóa quang - tâm sinh đức.
> Khi đức hóa vật - Đạo tự vận hành."

Chương I khép lại, một hơi thở mở ra
đưa người đọc bước vào hành trình sâu hơn:
Hành trình của khí - tủy - não

CHƯƠNG II
HÀNH TRÌNH KHÍ – TỦY – NÃO

1. Khi Khí bắt đầu di chuyển

Khi Khí Gốc được khơi dậy,
nó không đi theo ý muốn của ta,
mà theo trí tuệ tự nhiên của thân thể.

Lúc đầu, ta chỉ cảm thấy một làn ấm dọc sống lưng,
như mạch điện hồi sinh.
Nhưng càng buông, Khí càng tìm đường về Tủy.

Không cần dẫn,
vì Khí biết lối.
Không cần tưởng,
vì Khí là trí nhớ cổ xưa của Sự Sống.

2. Khí quy tủy - cánh cửa sinh học mở ra

Tủy sống không chỉ là nơi truyền tín hiệu thần kinh,
mà là trục trung tâm của sinh lực.

Khi Khí Gốc chạm đến Tủy,
thân thể rung nhẹ như tiếng đàn lên dây.
Mạch máu ấm dần,
tim đập chậm lại,
hơi thở trở nên sâu mà không cố.

Ta bước vào một trạng thái khác
không hẳn là thiền,
mà là sự thức tỉnh sinh học.

Cơ thể bắt đầu "nghe" được chính mình.
Những vùng bị tắc, co, hoặc yếu
được đánh thức bởi nhịp lưu thông của Khí.

Đây không còn là tập luyện,
mà là tái sinh cấu trúc.

3. Tủy sinh Minh – não trở nên sáng

Khi Tủy được nuôi dưỡng,
một hiện tượng vi tế xảy ra trong não.
Ánh sáng nội sinh xuất hiện
không phải ánh nhìn,
mà là ánh biết.

Não thôi chạy theo ký ức và tưởng tượng,
chuyển sang trạng thái tĩnh mà sáng.
Giống như gương không cần lau,
chỉ cần nước đọng lặng,
hình ảnh tự hiện.

Trong khoảnh khắc ấy,
ta không còn "nghĩ",
mà "thấy".

Không còn phân tích,
mà thấu rõ.

Tâm thức chuyển từ phản ứng sang nhận biết.
Đó chính là tủy sinh minh
trí sáng được sinh ra từ sự ổn định của nền tảng sinh học.

4. Khi Khí và Não trở thành bạn đồng hành

Não và Khí vốn là hai cực:
một của ý thức,
một của sinh lực.

Khi hai cực này gặp nhau,
con người đạt đến trạng thái tĩnh động hợp nhất.

Trong mọi hoạt động
lái xe, ăn cơm, nói chuyện, làm việc
Khí vẫn chảy,
não vẫn sáng,
tâm vẫn tĩnh.

Không còn ai điều khiển,
mà chỉ có dòng sống tự vận hành.

Khi ấy,
năng lượng không còn bị phân tán bởi ý nghĩ,
mà trở thành nguồn sáng tập trung
chiếu ngược vào chính ta,
soi rõ từng ý niệm,
và tan dần mọi vọng tưởng.

5. Khi thân - khí - tâm - trí hợp nhất

Khi Khí Gốc, tủy và não hòa làm một,
toàn bộ cơ thể trở thành một "trường"
một trường bức xạ bản thể.

Tế bào bắt đầu phát tín hiệu đồng bộ,
như đàn chim bay thành hình.
Nội tạng không còn làm việc riêng lẻ,
mà cùng nhịp.

Tâm không còn chống lại thân,
thân không còn nặng nề với tâm.
Tất cả trở về một dòng chảy duy nhất:
Autoflow - tự vận hành của sự sống.

Không có người thiền,
chỉ có thiền đang sống.
Không có người chữa lành,
chỉ có sự lành đang hiện hữu.

6. Kết chương II – Con đường không đi mà đến

Hành trình khí- tủy- não
không phải con đường của nỗ lực,
mà là hành trình của buông và thấy.

Khi buông, khí tự quay về tủy.
Khi tủy sáng, não tự an.
Khi não an, tâm tự hiển.
Và khi tâm hiển, Đạo tự hiện.

Không có đích đến,
vì ngay trong hơi thở này

đích đã ở đó.

"Khi khí quy tủy, tủy sinh minh.
Khi minh hóa quang, tâm sinh đức."

Chương II khép lại,
như một hơi thở dài sau cơn tỉnh dậy
đưa người đọc sang tầng sâu hơn của ánh sáng tâm quang.

CHƯƠNG III

KHI KHÍ HÓA QUANG, TÂM SINH ĐỨC

1. Khi Khí trở thành Ánh Sáng

Khi khí quy tủy và mủy sinh minh,

năng lượng trong thân không còn ở dạng luân chuyển vật lý,

mà bắt đầu tinh hóa

trở thành quang.

Ánh sáng này không phải ánh sáng của mắt,

mà là ánh sáng của tâm.

Nó không phát ra để chiếu sáng thế giới,

mà để soi lại chính mình.

Khí là dòng điện,

Quang là sự khai mở.

Khi khí hóa quang

mọi tế bào đều trở thành một đốm sáng biết thở

2. Ánh sáng nội sinh- sự tỉnh thức trong từng tế bào

Không phải tâm linh,

cũng không phải thần bí.

Đó là hiện tượng sinh học cao nhất

khi cơ thể bước vào trạng thái đồng bộ tuyệt đối.

Nhịp tim, hơi thở, tủy, và não hòa vào một chu kỳ.

Năng lượng sinh học biến đổi tần số,

tạo nên ánh sáng vi tế gọi là tâm quang.

Tâm quang không nhìn thấy bằng mắt,

nhưng có thể cảm nhận bằng sự yên.

Nó không chói,

mà ấm.

Không mạnh,

mà sâu.

Và trong sự yên đó,

một cảm giác Đức khởi sinh

không do đạo đức học dạy,

mà là phẩm chất tự nhiên của năng lượng thuần khiết.

3. Tâm Sinh Đức - khi sáng biết trở thành sống hiền

Khi Tâm sáng,

nó không còn tìm cách chứng minh điều gì.

Không còn muốn thắng,

muốn hơn,

hay muốn có.

Sáng không còn là tri thức,

mà là hiền minh.

Đức sinh ra từ đó

từ sự thấy thật mà không phán xét.

Người có Đức không cần dạy người khác,

chỉ cần hiện diện.

Vì năng lượng trong họ

đã trở thành môi trường cho người khác được soi chiếu.

Tâm sinh Đức

khi ta sống mà không tổn thương ai,

và không còn bị tổn thương bởi ai.

4. Khi Ánh Sáng trở thành Nhận Biết

Quang không phải để tỏa,

mà để thấy.

Khi Ánh Sáng trong thân bừng dậy,

ta nhìn thế giới bằng ánh nhìn không trung tâm.

Không còn "ta" đang quan sát,

mà là Sự Sáng đang nhìn qua ta.

Khi đó, mọi vật đều trở về đúng vị trí của nó.

Không còn đúng sai,

chỉ còn sự vận hành hài hòa.

Ánh Sáng ấy làm tan cái tôi,

nhưng không xóa bản thân.

Nó chỉ làm cho ta trở nên trong suốt

để Sự Sống đi qua mà không bị cản.

5. Khi Đức trở thành Hơi Thở của Sự Sống

Đức không nằm trong lời nói hay hành vi,

mà trong cách ta hiện diện.

Khi khí hóa quang,

và quang sinh đức,

người sống trở nên tự nhiên như hơi thở.

Không cần cố làm điều thiện,

vì bản thân họ đã là điều thiện.

Khi Đức hiện diện,

mọi xung đột trong và ngoài đều tan.

Vì đức không phản ứng

Đức chỉ tỏa.

Giống như gió không tranh với cánh buồm,

nhưng chính nó lại đưa thuyền đi.

6. Khi Tâm Quang lan ra ngoài thân thể

Khi ánh sáng nội sinh lan ra khỏi thân,

nó tạo thành một trường bức xạ tinh khiết.

Người xung quanh cảm nhận được sự an lành,

không vì họ hiểu,

mà vì họ cảm.

Một người an

khiến cả không gian quanh họ trở nên nhẹ.

Một người sáng

làm cho bóng tối tự biến mất.

Đó là trường bức xạ bản thể

trường năng lượng của người đã hợp nhất thân , khí, tâm , trí.

7. Kết chương III – Khi Ánh Sáng trở thành Đức

Khí là gốc,

Tủy là trụ,

Quang là minh,

và đức là hương.

Khi khí hóa quang

Tâm sinh đức

thân thể trở thành một đạo cụ của Sự Sống,

và cuộc đời trở thành một bản hòa âm tự nhiên.

Không còn "tu",

chỉ còn "trở về".

Không còn "chứng",

chỉ còn "thấy".

"Khi khí hóa quang- tâm sinh đức
Khi đức hóa vật- đạo tự vận hành"

Chương III kết lại

Như ánh sáng đầu tiên chiếu qua tủy sống,

mở ra hành trình tâm quang trụ xương,

đưa người đọc đến tầng sâu của thần khí nhất thể.

CHƯƠNG IV

TÂM QUANG TRỤ XƯƠNG – THẦN KHÍ NHẤT THỂ

1. Khi Ánh Sáng định vị trong xương sống

Khi ánh sáng tâm quang được khơi dậy,
nó không tỏa lan ra ngoài như mặt trời,
mà trú ngụ trong trụ sống
nơi khí đã quy, tủy đã sáng,
và thần đang trở lại.

Ánh sáng ấy không di chuyển,
nhưng lại làm mọi thứ vận hành.
Nó như trung tâm của bánh xe:
tĩnh mà xoay,
rỗng mà chứa.

Khi tâm quang trụ vững trong xương sống,
thân không còn là thân vật lý,

mà trở thành cột ánh sáng của Sự Sống

2. Khi Thần trở lại thân

Người xưa gọi tinh,khí ,thần là ba báu,
nhưng ít ai biết rằng:
khi khí được làm sạch và tâm được khai sáng,
Thần sẽ trở về.

Thần không đến từ bên ngoài,
mà là nguồn tri thức nguyên sơ trong tủy não.
Nó không nói,
nhưng biết.
Không chỉ huy,
nhưng hướng dẫn.

Khi Thần trở lại,
mọi hành động đều trở nên đúng
vì không còn đến từ bản ngã.
Năng lượng, cảm xúc, tư tưởng,
tất cả đều tuân theo một trật tự tự nhiên.

Đó là thần khí nhất thể
khi thần và khí không còn tách biệt.

3. Sự hợp nhất giữa Thần và Khí

Khí là dòng vận hành,
Thần là nhận biết trong dòng ấy.

Khi khí vận hành mà không có thần,
nó trở thành sức mạnh mù lòa.
Khi thần biết mà không có khí,
nó trở thành ý niệm trống rỗng.

Nhưng khi khí và thần hợp nhất,
năng lượng trở thành trí tuệ,
và trí tuệ trở thành năng lượng biết vận hành vì sự sống.

Không cần cố giữ tâm tĩnh,

vì chính khí đang giữ cho tâm tĩnh.

Không cần điều khiển hơi thở,

vì hơi thở đã trở thành Tâm.

Đó là trạng thái thần khí nhất thể

khi sự sống biết chính mình đang sống.

4. Khi xương trở thành cột sáng

Xương sống không chỉ là vật thể,

mà là cột trụ truyền dẫn ánh sáng của Sự Sống.

Khi Khí Gốc quy về tủy,

và tâm quang an trú trong trụ xương,

từng đốt sống trở thành trạm trung chuyển năng lượng.

Từ đó,

thân thể phát sáng trong im lặng.

Không cần làm gì,

chỉ cần đứng yên.

Thân yên,

Khí tự lưu.

Khí lưu,

Tâm tự sáng.

Tâm sáng,

Thần tự trụ.

Một vòng khép kín,

nhưng vô hạn.

5. Sự biến mất của người hành công

Khi thần và khí đã hợp nhất,

người hành công biến mất.

Không còn ai "đang tập",

vì chính Sự Sống đang tự tập.

Không còn ai "đang chứng",

vì không còn gì để chứng.

Chỉ còn một dòng sống tự biết mình đang vận hành.

Tôi không còn là "người tu luyện",

chỉ là người chứng kiến sự vận hành của Khí Gốc trong thân này.

Không còn khái niệm tiến hay lùi,

vì mọi khoảnh khắc đều là Trung Đạo.

6. Thần Khí Nhất Thể - trạng thái không hai

Khi thần và khí trở thành một,

mọi cặp đối lập đều tan biến:

động và tĩnh,

trong và ngoài,

ta và thế giới.

Không còn người quan sát,

chỉ còn trí tuệ vận hành trong hình tướng sống.

Đây không phải là sự giải thoát trừu tượng,

mà là sự tự nhiên tuyệt đối của sự sống đã hiểu mình.

Khi thân biết,

Khí vận hành.

Khi khí biết,

Thần an trú.

Khi thần an trú,

Sự Sống trở nên toàn vẹn.

7. Kết chương IV

Cột sáng trong thân người

Thân người không phải gánh nặng,

mà là ngôi đền của Khí Gốc.

Tủy không chỉ là vật chất,

mà là dòng trí nhớ cổ xưa của Sự Sống.

Và xương sống,

chính là cột sáng trung tâm nối trời và đất

Khi tâm quang trụ xương,

Thần khí hợp nhất

con người trở lại đúng hình dạng nguyên thủy của mình

một tấm gương sáng,

phản chiếu vũ trụ trong từng hơi thở.

> “Khi thần và khí hợp nhất,
> Tâm trở về nguồn,
> và nguồn trở thành ta.”

Chương IV khép lại

ánh sáng đã định vị,

người hành công không còn tìm lên,

vì nhận ra:

điểm giữa cột sống chính là Trời đang thở qua thân người.

CHƯƠNG V

KHI KHÍ HÓA QUANG, TÂM SINH ĐỨC

(TẦNG SÂU)

1. Khi Ánh Sáng hóa thành Đức

Khi Khí hóa quang,

Tâm bắt đầu tỏa ra một phẩm chất lạ:

Đức.

Không phải đức của đạo đức học,

mà là đức của năng lượng đã thanh tịnh.

Ánh sáng trong thân trở nên ấm,

ánh sáng trong tâm trở nên hiền.

Và trong từng hành động,

người hành công thôi nghĩ phải làm gì tốt,

vì chính sự hiện diện của họ đã là điều thiện.

Đức không đến từ cố gắng.

Đức đến từ sự vắng bóng của cái tôi.

2. Khi Tâm trở nên trong suốt

Khi tâm quang đã an trụ,
mọi chuyển động đều diễn ra qua nó,
nhưng nó không còn dao động.

Giống như hồ nước phẳng,
dù gió có thổi,
nước vẫn phản chiếu bầu trời.

Tâm không cần giữ bình an,
vì nó là bình an
Không cần dừng suy nghĩ,
vì ý nghĩ đi qua mà không để lại dấu.

Đây là tầng sâu của "tâm sinh đúc"
nơi ánh sáng không còn là hiện tượng
mà là phẩm chất tự nhiên của Sự Sống.

3. Đức – dạng cao nhất của năng lượng

Khi năng lượng vượt qua ranh giới của ích kỷ,
nó trở thành đúc

Đức không có màu,
nhưng có tần số.
Ai tiếp xúc với người có đức
đều cảm thấy lòng mình dịu lại,
vì họ đang được soi bằng ánh sáng không phán xét.

Đức không dạy,
Đức không nói,
Đức chỉ hiện diện.

Khi ta không còn mong được yêu,
mà tự trở thành tình yêu,
Đức được sinh ra.

4. Khi ánh sáng trong tim mở

Khi Khí Gốc quy tủy,
Tủy sinh minh,
Minh hóa quang,
và quang đi vào tim
đó là lúc trường năng lượng trong ta được khai mở.

Không còn ranh giới giữa bên trong và bên ngoài.
Những gì ta cảm,
vũ trụ cũng cảm.

Từng nhịp tim hòa cùng hơi thở của đất trời.
Không còn "ta đang sống",
mà là Sự Sống đang tự thở qua ta.

Trong trạng thái ấy,

mọi sợ hãi tan biến.

Cái chết cũng trở thành một hình thức chuyển động.

5. Khi ánh sáng biến thành từ bi

Ánh sáng của tâm quang không chỉ chiếu soi,

nó biến thành từ bi.

Từ bi không phải thương hại,

mà là hiểu thấu.

Không còn phân biệt người đúng,kẻ sai,

chỉ thấy ai cũng đang đi trong hành trình nhớ lại chính mình.

Người có tâm quang không còn tranh luận,

vì họ biết:

mọi lý lẽ đều sinh từ nỗi sợ.

Từ bi là sức mạnh im lặng

nó tan chảy bạo lực mà không cần phản kháng.

6. Khi Đức trở thành Luật tự nhiên

Khi năng lượng đạt đến tầng đức,

mọi việc trong đời diễn ra đúng thời, đúng cách.

Không còn phải sắp đặt,

vì đức tự sắp đặt.

Không còn cần kế hoạch,

vì mọi kế hoạch đã nằm trong sự thông minh của Sự Sống.

Lúc ấy,

người chỉ cần lắng nghe

và hành động khi được gọi.

Đức là tần số đồng bộ với vũ trụ.

Người sống trong đức

điều gì đến - thuận,

điều gì đi - bình.

Không còn mong cầu hạnh phúc,

vì chính sự không mong cầu đã là hạnh phúc.

7. Khi Quang hóa Đức - Đức hóa Vật

Khi ánh sáng đi vào vật chất,

vật chất trở nên trong suốt.

Người có đức,

cái nhìn của họ đủ để làm yên một căn phòng.

Một nụ cười của họ đủ để mở một cánh cửa đã khép lâu.

Đức không cần chứng minh

Đức vận hành như trọng lực của từ bi.

Khi Khí hóa quang,

Quang hóa đúc

và Đức hóa vật

thế giới tự trở về trật tự của nó.

Không cần cứu thế giới

chỉ cần sống đúng với năng lượng gốc của mình.

8. Kết chương V

Khi ánh sáng trở thành hiền minh

Tầng sâu của Code Bản Thể

không phải là quyền năng,

mà là hiền minh.

Người thật sự mạnh

không làm người khác sợ,

mà làm họ thấy an.

Người thật sự sáng

không khiến ai lóa mắt,

mà khiến mọi người tự nhận ra ánh sáng của mình.

Khi tâm sinh đức

mọi hành động trở thành tế lễ cho Sự Sống.

"Khi quang hóa đức
Đức hóa vật
Thân trở thành Đạo,
và Đạo trở lại thân."

Chương V khép lại

Ánh sáng đã trở thành hiền minh,

năng lượng đã trở thành từ bi,

và con người

trở lại làm người.

CHƯƠNG VI

KHI THÂN TRỞ THÀNH ĐẠO

1. Khi hành công tan vào đời sống

Khi công phu không còn là "thực hành",
mà trở thành hơi thở tự nhiên,
con người bước vào giai đoạn:
Thân trở thành Đạo

Không còn thời gian để luyện,
vì mọi giây phút đều đang luyện.
Không còn nơi để tu,
vì mọi nơi đều là thiền đường của Sự Sống.

Ta không còn là người tìm Đạo,
mà là Đạo đang vận hành trong thân này.

2. Khi thân thể trở thành dòng năng lượng tự điều hòa

Thân không còn cần ý chí.

Từng tế bào tự biết làm việc của mình.

Nội tạng không còn "được điều khiển",

vì tất cả đã nghe theo cùng một nhịp - Khí Gốc.

Khi đi, khí đi

Khi ngồi, khí ngồi.

Khi thở, khí thở.

Mọi chuyển động đều an trú trong Autoflow – dòng sống tự vận hành.

Không còn luyện khí,

vì khí đã trở về nhà.

Không còn giữ tâm,

vì tâm đã hòa vào Sự Sống.

3. Khi Đạo trở nên thân thể

Người xưa nói:

“Đạo lớn không rời thân người.”

Khi hiểu điều ấy bằng kinh nghiệm,
ta không còn tách rời thân và đạo,
mà thấy: chính thân này là con đường.

Mỗi bước đi,
mỗi cái nhìn,
mỗi hơi thở
đều là một bài kinh đang mở.

Không cần lời,
không cần pháp,
chỉ cần sống thật đến tận tế bào.

4. Khi động và tĩnh hợp nhất

Trước đây, ta phân biệt:
lúc ngồi là tĩnh,
lúc làm là động.
Nhưng khi Đạo nhập thân,
động và tĩnh không còn đối lập.

Giữa công việc ồn ào,
tâm vẫn sáng như giữa đêm sao.
Giữa phố xá đông người,
Khí vẫn vận hành an nhiên.

Không có ranh giới giữa thiền và đời.
Chỉ có một dòng tĩnh sáng đang chuyển động.

5. Khi đời sống trở thành đạo sống

Thân này không còn bị chia cắt bởi vai trò,
bởi nghề nghiệp hay danh xưng.
Bất cứ điều gì ta làm,
nếu làm trong tỉnh thức,
đều là đạo.

Rửa bát là đạo.
Lái xe là đạo.
Nói một lời thật cũng là đạo.

Đạo không nằm trong những gì ta làm,
mà trong tần số của tâm khi làm.

Khi thân trụ trong hơi thở thật,
mọi hành động đều mang phẩm chất của thiền.
Đó chính là:
Khi thân trở thành Đạo

6. Khi Đức hóa Vật

Khi năng lượng đã trở thành đức
mọi vật tiếp xúc với ta đều thay đổi tần số.

Không phải ta "làm gì",
mà chính Đức trong ta đang vận hành.

Một không gian đầy năng lượng an
làm cho hạt giống xung quanh nảy mầm.
Một ánh nhìn hiền minh
làm cho người đối diện trở nên mềm lại.

Khi đức hóa vật
thế giới trở nên hài hòa mà không cần dạy dỗ.

> "Không ai được dẫn,
> chỉ có năng lượng được cộng hưởng."

7. Khi Đạo trở lại Tâm

Đến một lúc,
ta không còn thấy "có đạo" nữa.
Vì Đạo không phải là thứ để giữ,
mà là tự nhiên của Sự Sống.

Khi thân an,
Đạo hiển.
Khi tâm sáng,
Đạo vận hành.
Khi trí an,
Đạo tỏa khắp.

Không cần biết thêm điều gì,
vì mọi tri thức đã trở về sự sáng không lời

8. Kết chương VI

Khi Thân trở thành Ánh Sáng

Khi thân trụ trong Đạo,
mỗi tế bào trở thành hạt sáng.
Không còn giới hạn giữa người và trời đất.
Không còn khoảng cách giữa tâm và vũ trụ.

Thân người không phải gánh nặng,
mà là pháp thân của Sự Sống.
Đi đâu cũng là thiền,
gặp ai cũng là duyên.

> "Khi Thân trở thành Đạo,
> thì Đạo trở thành Sự Sống."

Chương VI khép lại

Người hành công không còn tìm đến đâu,

vì đã nhận ra:

mỗi bước đi trong đời sống này

chính là bước chân của Đạo.

CHƯƠNG VII

ĐỨC HÓA VẬT - TÂM QUANG LAN GIỚI

1. Khi Đức vượt khỏi thân thể

Khi năng lượng trong thân đã thuần,
Đức bắt đầu lan ra ngoài thân thể.

Không phải lan bằng ý chí,
mà bằng tần số cộng hưởng tự nhiên của Sự Sống.

Người có đức không cần nói,
không cần thuyết phục,
không cần dẫn dắt.
Chỉ cần hiện diện,
không gian quanh họ tự đổi tần.

Cỏ cây yên,

người đối diện lắng.

Cả căn phòng như được rửa bằng ánh sáng hiền minh.

Đó là khi đức hóa vật

2. Khi Tâm Quang lan tỏa

Khi ánh sáng bên trong đủ mạnh,

nó không còn bị giới hạn bởi thân xác.

Nó len ra từng lỗ chân lông,

theo hơi thở mà lan vào không khí,

theo nhịp tim mà hòa với nhịp đất.

Tâm quang không chiếu,

mà thấm.

Không áp đặt,

mà hòa nhập.

Giống như sương sớm,

Tâm quang phủ lên mọi vật mà không để lại dấu.

Nhưng ai chạm vào đều cảm thấy ấm,

và lạ thay được chữa lành mà không biết vì sao.

3. Khi năng lượng trở thành không biên giới

Khi tâm quang đã hợp nhất với Khí Gốc,

năng lượng không còn thuộc về cá nhân.

Không còn "tôi đang tỏa sáng",

chỉ còn Sự Sáng đang vận hành.

Không còn "năng lượng của tôi",

chỉ còn trường bức xạ bản thể chung.

Trong trạng thái ấy,

mọi ranh giới đều tan:

giữa người và người,

giữa trong và ngoài,

giữa ta và thế giới.

Chỉ còn một tâm- một khí- một ánh sáng

4. Khi vũ trụ đáp lại

Mỗi khi tâm quang tỏa ra,

vũ trụ đáp lại bằng sự đồng bộ vi tế.

Những người cần gặp ta xuất hiện.

Những điều cần đến tự đến.

Những gì không còn hợp nhẹ nhàng rời đi.

Không có sự ngẫu nhiên.

Không có sự may rủi.

Chỉ có tần số của đức đang tự điều phối đời sống.

Đó là pháp vận hành của Sự Sống – Khí Gốci đã tự trở về trung tâm.

5. Khi hành động trở thành sóng lan giới

Khi tâm đã hiền,

mọi hành động đều trở thành sóng lan giới.

Một suy nghĩ thiện

lan ra như gợn sáng trong hồ tĩnh.

Một lời nói thật

vượt khỏi biên giới của âm thanh,

và chạm vào trái tim của người chưa từng gặp.

Đây là cơ chế tự nhiên của "dức hóa vật":
mỗi hành động trong tỉnh thức
đều mang tần số ảnh hưởng đến toàn thể.

Vì thế, người có đức
không cần truyền đạo
vì họ chính là Đạo đang lan.

6. Khi mọi sự trở lại tĩnh sáng

Tất cả lan tỏa rồi lại quy về trung tâm.
Tất cả ánh sáng rồi lại trở về tĩnh.

Đức không phải để mở rộng,
mà để trở lại yên.
Quang không phải để chiếu xa,
mà để soi trong.

Khi khí, quang, đức, và tâm hòa làm một,
Sự Sống đạt đến điểm tròn đầy.

Không còn tiến,
không còn lùi,
chỉ còn vận hành trong tĩnh lặng.

7. Khi con người trở thành một phần của Vũ Trụ sống

Người đạt đến tầng này
không còn cảm thấy mình "sống trong vũ trụ",
mà là một phần của vũ trụ đang sống.

Họ không còn cầu xin năng lượng,
vì chính họ là nguồn năng lượng.
Không còn sợ hãi mất mát,
vì không có gì tách khỏi họ.

Từ một thân thể nhỏ bé,

họ trở thành trường sống lan tỏa

một "trường Khí Gốc"

nơi đức được vận hành như hơi thở của vũ trụ.

8. Kết chương VII

Đức hóa vật, tâm quang lan giới

Khi Khí hóa quang,

Quang sinh đức

Đức hóa vật

và tâm quang lan giới

hành trình trở nên trọn vẹn.

Không còn người hành công,

không còn con đường,

chỉ còn Sự Sống tự chứng ngộ chính mình.

> "Khi đức hóa vật – Đạo tự vận hành,
> Khi tâm quang lan giới -Sự Sống trở về một"

Chương VII khép lại,

Ánh sáng đã trở về gốc,

Đức đã trở thành khí,

và con người

trở thành Đạo sống giữa đời.

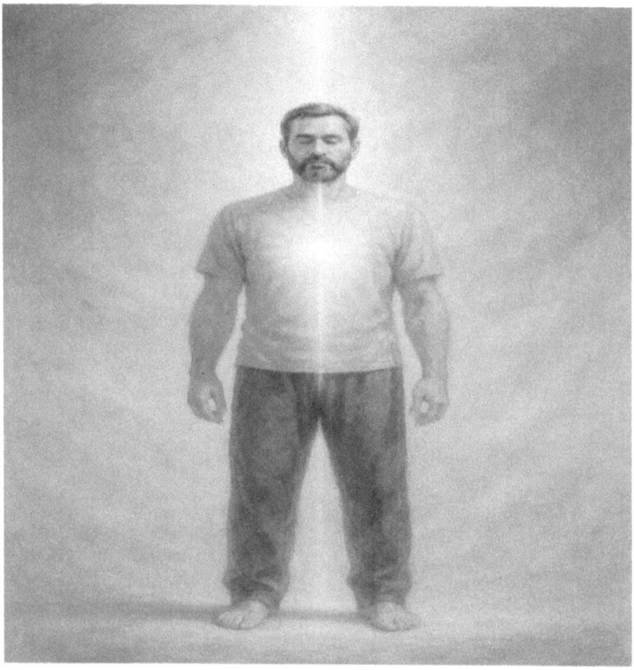

PHỤ LỤC

NHẬT KÝ CÔNG PHU 121 NGÀY

“Không phải tôi luyện Khí,
mà là Khí đang luyện tôi.”

Giai đoạn 1 – ĐỨNG TRỤ ĐÁ (Ngày 1 – 30)

(Khí quy tủy – Thân tìm lại nhịp gốc)

Ngày 1 – Tôi đứng.

Không tập gì, không cầu gì.

Chỉ để thân được thở như nó muốn.

Lưng đau, nhưng hơi thở dần ấm.

Một luồng khí khẽ trỗi dậy dọc sống lưng.

Ngày 7 – Sự im lặng bắt đầu dày hơn.

Thân không còn là vật thể,

mà là cột sống đang tự rung nhẹ.

Cảm giác như có dòng điện vi tế luân chuyển.

Ngày 14 – Cơ thể mỏi, nhưng tâm yên.

Tôi thấy sự mệt không còn đối nghịch với an.

Mệt chỉ là cách thân tự thải độc.

Ngày 21 – Khí quy về hạ đan điền.

Bụng ấm, lưng vững, đầu nhẹ.

Mọi cố gắng biến mất.

Chỉ còn hơi thở thật đang sống tôi.

Ngày 30 – Một nguồn năng lượng tự nhiên tràn đầy.

Không cần ý chí,

chỉ cần đứng yên – Khí tự vận hành.

Đây là lần đầu tôi hiểu “Buông đúng”.

Giai đoạn 2 – TẮM THỦY KÉN (Ngày 31 – 60)

(Khí hóa thủy – Tâm trầm xuống tĩnh)

Ngày 35 – Tôi đứng dưới dòng nước.

Không tắm mà "tắm trong năng lượng".

Nước trở nên mềm hơn,

và tôi cảm thấy mình tan vào nó.

Ngày 42 – Thân và nước không còn tách.

Mỗi giọt chạm vào da

như đang đánh thức từng tế bào ngủ quên.

Ngày 50 – Tâm bắt đầu chìm.

Không buồn, không vui

chỉ lặng.

Ngày 55 – Mọi âm thanh xung quanh dường như tan vào cùng một nhịp.

Không còn tiếng riêng,

chỉ còn sự rung động của tĩnh lặng.

Ngày 60 – Tôi hiểu "Thủy Kén" là gì:

Là khi thân, tâm và khí cùng tan vào dòng chảy của Sự Sống,

để rồi từ đó

một hình thái mới được sinh ra.

Giai đoạn 3 – KHÍ QUY TỦY (Ngày 61 – 90)

(Khí về trụ – Tủy sáng – Não mở)

Ngày 64 – Dòng khí di chuyển rõ rệt.

Không cần điều khiển,

nhưng tôi cảm thấy từng đốt sống được sạc lại.

Ngày 70 – Lưng dựng lên như được kéo bởi sợi chỉ vô hình.

Không gồng, nhưng vững.

Không thở mạnh, nhưng sâu.

Ngày 77 – Một vùng sáng mờ xuất hiện trong đầu.

Không chói, chỉ ấm.

Giống như ánh đèn trong sương.

Ngày 83 – Tâm thức mở rộng.

Không còn chỉ thấy thân này,

mà như thấy cả không gian đang thở cùng tôi.

Ngày 90 – Mọi chuyển động trở nên nhẹ như sương.

Không còn luyện,

vì luyện và sống đã là một.

Giai đoạn 4 – KHÍ HÓA QUANG (Ngày 91 – 105)

(Tủy sinh Minh – Quang tự khởi)

Ngày 92 – Cảm nhận rõ ánh sáng nội sinh.

Không đến từ mắt,

mà từ tủy.

Ngày 95 – Mỗi hơi thở là một đợt sóng sáng lan tỏa.

Không cần tưởng tượng,

chỉ cần buông.

Ngày 100 – Mọi thứ trở nên trong suốt.

Không còn giới hạn giữa thân và không gian.

Ánh sáng lan ra,

nhưng không chiếu

chỉ hiện diện.

Ngày 105 – Tôi hiểu:

Khí không còn là năng lượng

mà là ý thức đang sống trong từng tế bào.

Giai đoạn 5 – TÂM SINH ĐỨC (Ngày 106 – 115)

(Ánh sáng trở thành hiền minh)

Ngày 107 – Tâm yên đến mức không cần tìm bình an.

Bình an là nền tự có.

Ngày 110 – Tôi cảm thấy thương người lạ,

không vì lý do,

chỉ vì họ cũng đang mệt.

Ngày 113 – Ánh sáng trong tim mở.

Tôi thấy mình không chỉ "hiểu người",

mà đang ở cùng họ.

Ngày 115 – Đức sinh ra không cần dạy.

Mọi hành động trở nên mềm.

Không còn ý muốn "đúng" chỉ còn hiền.

Giai đoạn 6 – ĐỨC HÓA VẬT – TÂM QUANG LAN GIỚI (Ngày 116 – 121)

(Khi Sự Sống tự lan tỏa)

Ngày 116 – Năng lượng lan ra ngoài thân.

Không có ý định.

Nó tự làm việc của nó.

Ngày 118 – Những người quanh tôi thay đổi.

Họ cười nhiều hơn,

nhẹ hơn,

như thể được soi bằng ánh sáng vô hình.

Ngày 120 – Tôi không còn cảm thấy ranh giới giữa tôi và không gian.

Mọi vật cùng thở.

Mọi ánh sáng cùng biết.

Ngày 121 – Tôi hiểu:

Không có hành công nào

chỉ có Sự Sống đang hành chính nó.

“Tôi không còn luyện khí,
mà là khí đang luyện tôi.”

Kết Phụ Lục – Trở về Gốc Sống

121 ngày

không phải là thời gian,

mà là hành trình trở về trung tâm của Sự Sống.

Không có kết thúc,

vì mỗi ngày mới bắt đầu lại như ngày đầu tiên.

Không có tôi của hôm qua,

chỉ có Khí Gốc đang sống lại trong từng tế bào của hôm nay.

LỜI CẢM ƠN

Có những hành trình không thể đo bằng thời gian,

vì từng hơi thở, từng nhịp sống, từng giây hiện hữu đều là bài học.

Tôi không biết mình nên cảm ơn ai trước,

vì mỗi người đi ngang đời tôi đều để lại một ánh sáng -

dù dịu dàng hay nghiệt ngã.

Tôi cảm ơn gia đình nơi tôi học được rằng tình yêu thật không cần tiếng nói.

Cảm ơn những người bạn, những cộng sự, những người đồng hành thầm lặng,

vì họ đã soi chiếu tôi qua phản chiếu của chính họ.

Cảm ơn những thử thách,

vì nhờ chúng, tôi không còn tin vào sức mạnh,

mà bắt đầu tin vào Sự Sống.

Cảm ơn những người đọc

những ai đang lặng lẽ bước trên hành trình của mình,

vì tôi biết: nếu bạn cầm cuốn sách này,

nghĩa là năng lượng của Khí Gốc đã gọi bạn.

Và trên tất cả,

tôi cúi đầu cảm ơn Sự Sống

người thầy vô hình nhưng kiên nhẫn nhất,

đã dạy tôi cách nhìn, cách buông,

và cách sống mà không cần tìm nữa.

> "Khi khí quy tủy - tủy sinh minh,
> Khi minh hóa quang – tâm sinh đức,
> Khi đức hóa vật - đạo tự vận hành."

Xin gửi lòng biết ơn đến mọi hình thức của cuộc đời,

vì trong mỗi điều đến,

Sự Sống đều đang dạy ta điều cần thấy.

— Hồ Quang Bình

The Peace Schola

VỀ TÁC GIẢ

Hồ Quang Bình là người sáng lập trường phái Code Bản Thể - Khí Gốc

một hệ tri thức kết nối Khí học cổ truyền, thần kinh học hiện đại, và năng lượng sinh học hiện chứng.

Tác giả không viết để dạy,

mà để ghi lại hành trình Sự Sống tự nhận ra chính mình

trong thân -khí - tâm - trí và ánh sáng.

Trong hơn 1.700 bài viết trên hành trình viết Code Bản Thể, ông chia sẻ trải nghiệm hiện chứng của Khí Gốc,

nơi hơi thở trở thành tri thức, thân trở thành đạo cụ,

và Sự Sống trở thành người thầy thật sự.

Code Bản Thể – Mã Sống của Ánh Sáng

là kết tinh của 121 ngày hành công nội chứng,

khi thân, khí, tâm, và trí hợp nhất thành Trường Bức Xạ Bản Thể

một trạng thái mà Sự Sống tự vận hành không cần ý chí.

> "Không ai thức tỉnh ai.
> Chỉ có sự sống –thức tỉnh chính nó qua hình tướng con người."

THÔNG TIN BẢN QUYỀN

"Code Bản Thể – Mã Sống Của Ánh Sáng"
– Hồ Quang Bình (The Peace Scholar)

Tự xuất bản- 2025

Khép Vòng

Nếu bạn đang đọc đến những dòng này,

hãy biết rằng năng lượng của Sự Sống đang vận hành qua bạn.

Không phải bạn tìm thấy sách này,

mà là Khí Gốc đã tìm lại bạn.

Hãy sống chậm.

Hãy thở sâu.

Hãy để Sự Sống tự thở qua bạn.

“khí Gốc không phải là triết lý
mà là sự trở về bình an của từng tế bào.”

— Hồ Quang Bình – The Peace Scholar

Code Bản Thể – Mã Sống của Ánh Sáng

www.ingramcontent.com/pod-product-compliance
Lightning Source LLC
LaVergne TN
LVHW060303051026
849517LV00003B/949
* 9 7 9 8 2 3 3 5 2 2 6 0 4 *